இராவண காதல்

கவிஞன் மொழி

ஏலே பதிப்பகம்

இராவண காதல்
ஆசிரியர் ©கவிஞன் மொழி

முதற்பதிப்பு 2020
இரண்டாம் பதிப்பு 2021
பக்கங்கள் 127

புத்தகத்தின் முழு உரிமையும்
ஆசிரியருக்கே சொந்தமாகும்
Copy Rights all Reserved ©kavignanmozhi
ISBN 978-93-91423-30-8

புத்தகம் வெளியிடு
ஏலே பதிப்பகம்
aelaypublish@gmail.com
Contact us – 9944992571

Aelay Publish
www.aelaypublish.com

ஆர்த்தி ஜெனிபர் – Intuition Voice

இருதய ஆஸ்ட்ரோ அவர்களுக்கு
அருமையான கவி படைப்பு தோழரே 90 கவிகளும்
அவ்வளவு அழகு பொதுவாக காதல் கவிதைகள்
பெரும்பாலும் காதலித்தவர்களை ஈர்க்கும்
காதலிக்காதவர்களை காதல் செய்ய தூண்டும் ஆனால்
காமம் என்று வரும் பொழுது , அதை புரிய வேண்டும் என்ற
ஆசையை ஒரு சில பதிவுகளே தூண்டும் அதில் இந்த
இராவண காதலும் ஒன்று இங்கு அந்த அடக்கும் காதலும் ,
அதில் அடங்கி போகும் காமமும் அவ்வளவு அருமை
ஒவ்வொரு கவி வரியிலும் வாசகர்களை தனக்கு நேர்வது
போலவே கொண்டு செல்லும் உங்கள் கவி பாணி அருமை .
ஒவ்வொரு வாசகிக்கும் நான் அந்த ஆதிராவாக இருந்து விட
கூடாதா என்ற ஏக்கம் கொள்ள வைக்கிறது இதில் இருக்கும் "
அவள் " அவளின் ஒவ்வொரு செயலும் , அவள் மீது காதல்
கொள்ள செய்கிறது . அந்த " அவன் – பெண்மையை உற்று
நோக்கி அவளை படிக்க முயன்று , அதில் சரிசமமான
தோல்வியையும் வெற்றியையும் கண்டிருக்க வேண்டும்
பெண்மையின் தேடலை அவளின் தேவையை
அவளின் ஏக்கத்தை , அவளுக்கு தேவையான சொல்ல
முடியாத ஆசைகளை அவ்வளவு அழகாக
பதிவு செய்ததிற்கு நன்றி
கவிஞனின் மொழிக்கு நன்றி

பா.ரேவந்தி

இராவணக் காதல் – தலைப்பின் தாக்கமே அச்சமும்
உச்சமும் ஒருசேர்ந்த உணர்வின் வெளிப்பாடு அன்பின்
சகோதரரின் ஒவ்வொரு கவிதையும் வாசிக்க வாசிக்க
இராவணக் காதல் புரிந்தது . " எதுவுமே என்னிடம் இல்லை
என்றாலும் , என் கவிதைகளாக என்னிடம் இருக்கும்
உன் நினைவுகளின் பெருமிதம் மட்டும் எப்போதும்
குறைவதேயில்லை இந்த கவிதை பிரிவின் அகழ்ச்சியையும்
காதலின் ஆறபெருக்கையும் ஒருசேர சொல்லியது .
கவிதை எப்பொழுதும் வாசிக்கும் மனிதர்களின்
உள்வாங்குதலைப் பொருத்து மாறுபடும் . ஆனால் ,
சகோவின் கவிதைகள் அவர் எப்படி எழுதினாரோ
கண்டிப்பாக எல்லா வாசகர்களுக்கும் அப்படியே
போய்ச்சேரும் எளிமையை கொண்டவை .
ஒரு மாலையில் தேநீர் அருந்தும்போது ஏற்படும்
ஒரு உரையாடலாக அது இருக்கும் ஒரு இரவில்
நிலாவெளிச்சத்தின் கீழ் உறங்கும் போது துணையிடம்
செய்யும் துணுக்குத்தனமாக அது இருக்கும்
' உன் ரகசியங்களாக இருப்பதைவிட உன் வெளிப்பாடாக
இருப்பதிலே தான் என் காதலின் தன்னிறைவு இராவணக்
காதலை இவ்வளவு எளிதாக யாராலும் சொல்லிவிட
முடியாது கிட்டத்தட்ட தொன்னூறு கவிதைகள் இருக்கிறது .
அனைத்தும் அழகு , அனைத்தும் தெளிவு , கவிதைகள்
அவ்வளவும் மிகவும் நிறைவாக இருந்தன . அன்பின் சகோ
இன்னும் நிறைய நிறைய புத்தகங்கள் எழுதி
வெளியிடவேண்டும் என்பதே மனமார்ந்த ஆவல் இராவணக்
காதல் எல்லா இடங்களுக்கும் சென்று சேர்ந்து வெற்றி பெற
அகம் நிறைந்த வாழ்த்துக்கள் , எனக்கு மிகப் பிடித்த
கவிதையுடன் இதை நிறைவு செய்வதில் மகிழ்ச்சி
' உன் நெற்றியில் முத்தமிட முத்தமிட முயன்று தோற்று
போய் கோபமாய் நெஞ்சு நிமிர்கிறது வானம்"

குணா

கவிஞர் திரு கவிஞன் மொழி எழுதிய " இராவண காதல் "
எனும் படைப்பை படிக்க எனக்கு ஒரு அற்புத வாய்ப்புக்
கிடைத்தது . படித்தேன் காதல் கொண்டேன் இப்படைப்பின்
மீதும் என் காதலின் மீதும் , இரு உயிரின் உணர்வும் ஊடலும்
உரையாடலும் யதார்த்தமாய் வரைந்துள்ளார் , கவிஞன்
மொழி. காதலையும் காமத்தையும் பிரிக்க எண்ணுதல்
தவறு என்பதை நான் இதன் வரிகளில் உணர்ந்தேன் .
பெண் தங்கள் பருவத்தில் சந்திக்கும் சங்கடங்களை
ஓர் ஆணின் காதல் வாயிலாக கோபம் கொள்ளும் இடத்தில்
என் மனது பாரம் கொண்டது . காதலன் காதலியையும்
காதலி காதலனையும் உள்ளத்தால் உடலால் கவிதையால்
வர்ணிக்கையில் கூடுதல் அழகு சேர்க்கிறார்
கவிஞன்மொழி அன்புதான் இரு உயிரின் உறவுக்கான
உதிரமென இப்படைப்பில நான் உணர்ந்தேன் . அதிகம்
காதல் செய் இராவணா என என்னை ஊக்கவித்துள்ளார்
கவிஞர் * ஆறுதலாக துணைக்கு எந்த கண்ணீரும்
வரப்போவதில்லை என்றுணர்ந்த பிறகு அழுவதில்
அழகில்லை " இது போன்ற நான் கவர்ந்த அழகிய
வரிகளால் * இராவண காதல் " -ஐ படைத்தமைக்கு
நன்றியும் பல வாழ்த்துக்களும் மேலும் பல படைப்புகளை
படைத்து பல வெற்றிகளைக் காண திரு.கவிஞன் மொழி
அவர்களுக்கு என் மனமார்ந்த வாழ்த்துக்கள்

கௌதம்

இந்த தொகுப்பு முழுவதும் அவனும் அவளும் மட்டுமே நிறைந்திருக்கின்றன அங்காங்கே சில இடங்களில் உயிரற்ற ஜீவனுக்கு உயிர்ப்பித்துள்ளார் . இந்த கவிதைகளில் நானே சில தருணங்களில் அதென்ன எனக்கும் அவளுக்கும் அவனுக்கும் எனக்கும் அப்படியொரு நெருக்கம் ஒரு வேலை இது ஆசையோ ? இல்லனா ஏக்கமோ ? காதலோ ? காமமோ ? விடைகளற்ற வினாக்களாகவே தொடர்கிறது இந்த கிறுக்கனுக்கு இந்த பித்தன் எனக்கு குழப்பம் ஒரு பக்கம் இருக்க மறுப்பக்கம் சில வேலையில் நிறைய பேசியுள்ளேன் காதலித்து உள்ளேன் , அவ்வப்போது காமத்தில் திளைத்துள்ளேன் வரிகளில் , வார்த்தைகள் சில இடங்களில் நேர்த்தியாக இருந்தது சில இடங்களில் இன்னும் சிறப்பாக இருந்திருக்கலாம் ஏனென்றால் அவரால் முடியும் என்ற அவர் மீதான என் நம்பிக்கை தான் சொல்ல தூண்டியது வாழ்த்துக்கள் சகோ

ஏதோ ஒரு திசையில்
ஏதோ ஒரு ஊரில் எங்கோ இருந்து
என் முகம் கூட கண்டிடாது
நான் தளரும் போதெல்லாம்
ஒரு கடவுளின் குரலை போல
திடிரென உன்னால் முடியும் என
என்னை மேலும் மேலும் தன்னம்பிக்கை ஊட்டி
என்னை இன்னும் எழுத வைத்துக் கொண்டிருக்கும்
உங்களுக்கும் என்னிலையிலும்
துணையாய் இருக்கும்
அம்மாவுக்கும் அப்பாவுக்கும்
அன்புள்ள ஜெரா அக்காவுக்கும்
தங்கைக்கும் , அண்ணனுக்கும்
உருவமில்லாத என் கனவு ஆதிராவுக்கும்
எம் தென்கழி மண்ணுக்கும்
இராவணனுக்கும்

இந்த படைப்பு அன்பு சமர்ப்பணம்

எனது கவிதை

நிச்சயமாக
இதற்கு கவிதை என்று
பெயர் சொல்ல போவதில்லை நான்

இது ஒரு அன்பின் வெளிப்பாடு
உணர்வின் உளரல்
பெருங்காமம்
வெளிப்படையான ஒரு காதல் கடிதம்
கடைசி கண்ணீர் துளியின் ஈரம்

ஒரு கனவு
ஒரு சொல்
சில வார்த்தைகள்
ஒரு உண்மை

அல்லது
நான்
நானற்ற என் காதல்
-
அன்புடன்
கவிஞன் மொழி

எதாவது
ஒரு சில்மிஷம் செய்ய முயன்று
மாட்டிக் கொள்கையில்

டேய்
எனக்கு தெரியும்டா
உன்னப்பத்தி

மூஞ்ச அப்படி
குழந்தை மாதிரி வைக்காதடா
சத்தியமா உனக்கு செட் ஆகல என்று

ஒரு சிறு புன்னகையோடு
தோழியாகும் காதலிகள்
கொஞ்சம் கூடுதல்
அழகானவர்கள்

இராவண காதல்

ஒரு பனிதுளியைப் போல்
ஒரு அழகிய வெயில்
இலையின் மீதமர்ந்து
ஒளிர ஆரம்பிக்கிறது

உன் கண்களைப் போல்

அது ஒரு இதமான
இளஞ்சூட்டின் சுகம்
உன் முத்தத்தைப் போல்

காற்று வந்து
இலையின் காதைப்பிடித்து
ஊஞ்சல் ஆட்டிவிடுகையில்
இலையோடு சேர்ந்து வெயிலும்
ஒரு குழந்தையைப் போல்
தலையாட்டுகிறது

நீ சிரிக்கையில்
காற்றில் சேர்ந்தாடும்
உன் உதட்டினைப்போல்

ஒரு நாள் வெயிலில்
இலை கருகி விழ்ந்தாலும்
அதன் பேரன்பு தொடர்ந்து
கொண்டே இருக்கிறது

நான் உன்னை காயப்படுத்திய
பிறகும் ஒரு குழந்தை போல்
என்னையே மீண்டும் நேசிக்கும்
உன் காதலைப் போல்

உன் தனிமையில்
நீ வெளிப்படுத்தும்
உன் விருப்பத்திலோ

உன் விருப்பத்தை
வெளிப்படுத்த முடியாமல்
நீ வெளிப்படுத்தும்
உன் கோபத்திலோ

உன் கோபம்
நிறைவடையும்
உன் கண்ணீரிலோ

உன் ஆழ் மனதாக
உனக்குள்ளாகவே
வாழ்கிறது
என் காதல்.

நானென்றும்
பிணமல்ல
ஒரு மாலையை போட்டு

உன் கடன் அன்பை காட்டி
உன் கடமையையும்
காரியத்தையும்
என்னிடம் முடித்து

நீ நிம்மதியடைய

இரு கரங்கள் நீட்டி
கைகளுக்குள் அடக்கி
மலைறத்துக் கொள்ள முடியாத
எம் பெருங்காமம்

உன் செக்கச் சிவந்த
பொன் சிரிப்பு
கருப்பி

ஒரு பெரும்
மழைத் துளியாய்
என் கண்ணீர் துளி
உன் மேல் விழுந்து

என் காதலை
உன்னில் எழுப்பிவிடாதோ
என்றே

மலை
உச்சியதன் மீதேறி
வான் மேகம் மோதி
தினம் மாரி ஆகிறேன்

உன் பாதம் சேர்கிறேன்

காதலை போலவே
காமமும் ஒரு அழகிய கவிதையே
எதிலும் முற்று பெறாது

அதே அன்பாக
ஒரு முத்தத்தில்
அது மேலும்
தொடர்கையில்.

அவளுக்கு
என்னை செல்ல பெயர்
வைத்து தான்
கூப்பிட பிடிக்கும்

அப்படித்தான் கூப்பிடுவாள்

சாதாரணமாக

குண்டான்
கரடிகுட்டி
மூக்கான்
கோட்டிக்காரன்

கொஞ்சம்
கோபம் கொண்டால்
டேய்
கவிஞரே

காதல் மிஞ்சி
மழையாய் பொழிந்திட
நிற்கும் பொழுதுகளில்
மட்டும் செல்லமாய்

என் கவிதையாக
தாரன்

உன் சாயல்
இல்லாத
ஏதொன்றும்
எனக்கு
அழகாய் தோன்றுவதில்லை !

எழுந்திரிடா என என்னை
நீ எழுப்புவதில் இருந்து

இன்னும் கொஞ்சம் தாண்டா
என ஊட்டிவிடுவதில்
இன்னும் கூட உனக்கு தலைய
துவட்ட தெரியல என்று
திட்டிக்கொண்டே
தலை துவட்டி விடுவதில்
நெற்றி முத்தத்தில்

எனக்கு பிடிச்ச மாதிரி
சட்டை செலக்ட் பன்னி தருவதில்
நான் துவளும் போது
ஒரு தன்னம்பிக்கையாக
என் பக்கம் நிற்பதில்

என்னை அணைத்துக்கொள்ளும்
அவள் சேலையில்

அப்படியே உன் சாயல் தான்
அம்மா அவளும்...

இராவண காதல்

நான் கடைசியாக
மெய்யாகவே
மனதால் அழுதது

உன் முதல்
முத்தத்தில் இருந்து
என் வாழ்வை

உணர்ந்த கனம் தான்.

உருண்டு
உருண்டு படுக்கிறாள்
ஒரு பூனைக்குட்டியைபோல்
என் பக்கத்தில்

முழியும் விழியும்
அப்படியே பூனைக்குட்டி தான்

கட்டிப்பிடிச்சிக்கோடா
லூசுப்பயலே என திட்ட தயங்கி
அவளாகவே மெல்ல
அணைத்துக் கொண்டு

நகம் வழியாக ஒரு பேரன்பை
பதிக்கிறாள் அங்காங்கே என்மேல்
ஒரு பூனைக்குட்டி போல்

அன்பை
எப்படி வெளிப்படுத்துவது
என தெரியாமல் காதோரம் ,
கன்னத்தினோரம் வந்து
நாவால் சுத்தப்படுத்தும்

ஒரு பூனையிகுட்டியின்
அழகிய காதலை போலவே தான்

அவள் காமமும்.

எதுவுமே
என்னிடம் இல்லை
என்றாலும்

என் கவிதைகளாக
என்னிடம் இருக்கும்
உன் நினைவுகளின் பெருமிதம்

என்னிடம்
எப்போதும் குறைவதேயில்லை

காய்ச்சல்
இருக்க மாதிரி
இருக்குடி என்றதும்

நெற்றியில் முத்தமிட்டு பார்த்து
இல்லடா பேபி
லேசா உடம்பு சூடு தான் என்று
மெல்ல கொஞ்ச நேரம்
மார்போடு சாய்த்தபடி
கன்னம் வருடிவிட்டு

இப்போ எப்படி இருக்கு பேபி
என்று மென் சிரிப்பில்
அவள் பார்க்கையில்

அதில் அப்படியே
என் அம்மாவின் சிரிப்பு
அவளாகி ஒளிரும்.

இன்று பிறந்த
ஒரு குழந்தையை
போலத்தான்
என் காதலும்

அது ஏங்கி
அழுது கொண்டிருப்பது
வெறும் பசியோடு
உன் முலையில் இருந்து
தாய்ப்பாலுக்காக மட்டும் அல்ல

அது தனக்கான அன்பையும்
அரவணைப்பையும்
ஒரு குழந்தையை போல்
உன்னிடம் தேடிக்கொண்டிருக்கிறது

அதுவும்
உன்னிடம் இருந்து
உனக்காக பிறந்த
ஒரு குழந்தை தான்.

நேற்று பிறந்த
ஒரு குழந்தையின் அழகை
ஒரு சேலை போல்
உடுத்திக் கொண்டிருக்கிறாய்
நீ

உன் பக்கத்தில்
உன் பிம்பங்கள் விழும்
ஒரு கண்ணாடியாய்
நான்

குழந்தையின்
தன்சிரிப்பாய்
நமக்குள்
நடக்கிறது
ஒரு அழகி காமம்

தன் குஞ்சை
ஆறாம் விரலாய்
நினைத்து விளையாடும்
ஒரு குழந்தையின்
அழகைப்போல்
நமக்குள் நடக்கிறது

ஏதோ ஒன்று

ஆதாம் ஏவாள்
தின்ற கனியை
தள்ளி வைத்துவிட்டு

தூரமாய்
கடல்மடியில்
விளையாடிக்
கொண்டிருக்கிறோம்

ஒரு குழந்தைகளாய்
நாம்.

திடிரென்று
பட படக்கும்
இதயத்தில்

அரங்கேறிய
ஒரு துடிப்போசை
போல்

மரணம் பற்றிய
நினைவுகள் என்னை
சூழ்கையில்

அதற்குள்ளும்
கடல் போல் நிரம்பியிருக்கிறாய்
எனக்காய் நீ.

அம்மாவுக்கு
மட்டுமே
தன் குழந்தை
எப்போதும் அழகு

எப்போதுமே
உன்னை நான்
பார்ப்பதும்

என் காதலின்
மகளாய் தான்

இராவண காதல்

உன்
ரகசியங்களாய்
இருப்பதைவிட

உன் வெளிப்பாடாக
இருப்பதிலே தன்

என் காதலின்
தன்னிறைவு.

ஆறுதலாக
துணைக்கு
எந்த கண்ணிரும்
வரப்போவதில்லை

என்றுணர்ந்த பிறகு

அழுவதில் அழகில்லை.

நீ எவ்வளவு
அருகில் இருந்தாலும்
மனம் தேடுவது
உன்னைத் தான்

குறைந்தபட்சம்
உன் கைரேகைகளில்
என் கன்னம் வைத்தபடி
உன்னை பார்த்து
கொண்டிருக்க வேண்டும்

அப்படியென்றால் தான்
மனம் கொஞ்சமாவது
நிம்மதியடைகிறது.

யாருமில்லாத
மொட்டை மாடி
தனிமையொன்றில்

நிலவை
ரசித்துக் கொண்டிருந்தேன்

நிலவும் என்னை
பார்த்து கண்ணடித்தும்
ஓடி ஒளிந்தும்
விளையாடிக் கொண்டிருந்தது

இருவரும் குழந்தைகளை போல
கதைத்து கொண்டிருந்தோம்

சட்டென்று
நிலவுக்குள் இருந்து
நிலவை சுட்டெரித்தப்படி
எட்டிப் பார்த்தாய் நீ

பொசசிவ்னஸ் பூவாய்

ஒவ்வொரு மனிதனின்
வாழ்வும் தன்னை
தேடி கண்டுபிடிப்பதாகவே
தான் இருக்கிறது

நானும்
என்னை தேடியே
பயணிக்கிறேன்

ஒரு கருப்பு இருளுக்குள்
இருள் மீது விழுந்து
கிடக்கும் என் நிழலுக்குள்

ஒரு மௌனமாக
நிரம்பியிருக்கிறது
என் நிழலும் இருளும்

அந்த மௌனம்
நானாக இருக்கிறது
நானும் மௌனமாக
இருக்கிறேன்
நான் இருளாகவும்
இருக்கிறேன்
ஒரு பகலின் நிழலாகவும்
இருக்கிறேன்

யாரோ
ஒரு வெளிச்சத்தை நீட்டி
என்னை காணவில்லை
என்று தேடுகிறார்கள்

அது நான் தான்
அது நானில்லை

இருபத்து மூன்று
வயசாச்சி !
இன்னுமா தனியா
தூங்க பயப்படுர

என்று
அம்மாவைப் போலவே
அவளும் இப்போது திட்ட
ஆரம்பித்துவிடுகிறாள்

ஒரு நாள் முத்தம்
கொடுக்க மறந்து தூங்கியதற்கே
மூஞ்சை திருப்பி வைத்துக்கொள்வள்

நான் தனிமையில் படுக்க மாட்டேன்
என்று சொல்வதற்கு மட்டும்
அவள் வைத்த பெயர் பயமாம்

அநியாயம்

கட்டிப்பிடித்தபடியே
தூங்கிவிடுவான்
ஆனாலும் அங்கும் இங்கும்
புரண்டோடி விடியும் வரை
உறங்கவிட மாட்டான்
எங்கோ பிறந்து எங்கோ மறைவான்

அவனைப்போலவே
அவன் வியர்வைதுளியிலும்
உண்டு அதே குறும்பு

உன் குரலால்
ஒலிக்கப்படும் வரை

அது
ஒரு சொல்
வார்த்தை
அல்லது
ஒரு பெயர்

உன் உச்சரிப்பின்
அந்த நொடி
அது மந்திரம்

பேருந்து பயணத்திலோ
டீக்கடையில் நின்று
சிகரெட் பிடித்துகொண்டிருக்கும் போதோ
நண்பர்களுடனான சந்திப்பு அரட்டையிலோ

நெருங்கிய ஒருவரின்
கேளிக்கிண்டலுக்கு ஆளாகும் வகையில்
என் சட்டையிலிருந்தோ
என் முக தாடி, மீசையில் இருந்தோ
உன் கூந்தல் முடி பிரித்தெடுக்க நேர்கிறது

அதை யாரோ பார்க்கும் படி
தூக்கி போடவோ
யாரோ மிதிக்கும் படி
தரையில் போடவோ
மனமின்றி அதை ரகசியமாக
என் சட்டை பைக்குள்ளாகவே
பத்திரமாக வைக்கிறேன்

எந்த இடத்திலும்
இருப்பு கொள்ளாமல்
சட்டைப் பைக்கும்
உன் கூந்தலுக்கும்
உனக்குமாக
அது அலைகிறது
என் மனம்

அவசர அவசரமாக
எல்லா வேலைகளையும்
முடித்துவிட்டு
உன்னை பார்க்க வீடு
திரும்புகிறேன்

வேலை முடிந்து
ஆறு முப்பதிற்கு வரும்
உனக்காக சட்டையை
கூட கழற்றாமல்
ஐந்து மணியில் இருந்து
அப்படியே உட்காந்திருக்கிறேன்

வேக வேகமாக
வந்து என்னடா
எப்போ வந்த என்று கேட்டபடி
உடை மாற்ற அறை
நுழைகிறாய் நீ

பொறுக்க முடியாமல்
உன்னை அணைத்து முத்தமிட்டு
என் சட்டை பட்டனில்
உன் இன்னொரு
கூந்தலை ஏற்றி வைக்கும்
போது தான் குறைகிறது

அந்த கூந்தலின்
பிரிவின் தவிப்பு.

இராவண காதல்

எல்லோரிடமும்
நான் உன்னை மறந்துவிட்டதாக
சொல்லிக்கொள்வது
உண்மை தான்

இப்பொழுதெல்லாம்
உன் புகைப்படத்தை
போர்வைக்குள் வைத்து
பார்த்துக் கொண்டே விடியும் வரை
உறங்காமல் அழுவதில்லை

குளியலறையில்
உன் புகைப்படத்தை
ஒட்டி மணிக்கனக்காய்
குளிக்காமல் அப்படியே
நிற்பதில்லை

தேவதாஸை போல
உன்னை நினைத்து
காதல் தோல்வி
கவிதைகள் எழுதுவதில்லை

உன் பெயர் சொல்லி
எங்கேயேனும் குரல் கேட்டால்
அங்கே ஒரு பைத்தியத்தை
போல திரிவதில்லை

உன் தெருவினை
ஒரு காக்கையை
போல சுற்றுவதில்லை

அம்மாவிடம் காரணமே
இல்லாமல் சண்டை
போடுவதில்லை

நான் இப்போது
நலமாகவே இருக்கிறேன்

கண்ணாடியில்
என் முகம் பார்க்கும் நொடிகளை தவிர

நான்
எப்பவோ
தற்கொலை
செய்திருக்க
வேண்டும்

அதற்கான
காரணமும் வலியும்
என்னிடம்
நிறையவே
இருந்தது
இருக்கிறது

ஆனாலும்
வாழ வேண்டும்
என்று ஒரு ஆசை

என் கைகளில்
நான் எழுதி
வெளியிடாத
சில கவிதைகள்
இன்னும் இருக்கிறது.

அதற்காகவாவது
நான் வாழ்ந்தாக வேண்டும்.

இராவண காதல்

உறங்கி
எழும்போது
வழக்கதைப் போலவே

இரவு
படித்து விட்டு வைக்கும்
ஒரு புத்தகம்
என் தலையனைக்கு பக்கத்தில்
அப்படியே இருக்கிறது

மேஜையில் சிகரெட் மீதி
அணைக்க மறந்த விளக்கு
கழற்றி அப்படியே தூக்கி
போடும் அழுக்கு சட்டை

கடைசியாக
கவிதை நோட்டில்
எழுதிய
உன்னைப்பற்றிய
ஒரு கவிதை

கையெட்டும் தூரத்தில்
செல்போன்
இன்னொரு கவிதை புத்தகம்
என் உள்ளாடை
பக்கத்தில்
புதியதாய் உனதும்

என எல்லாமே
கிட்டதட்ட
அப்படியே
இருக்கிறது
என் அறை

எதுவுமே
மாறவில்லை

திடீரென
பாத்ரூமில் இருந்து
எந்திச்சிட்டியாடா
சிக்கிரம் குளி
என்று சொல்லி
கழுத்தோரம் ஒரு முத்தமிட்டு
சிரித்துக்கொண்டே
நடந்து போகிறாய்
நீ

அதுவரை
சுவர்களாக
இருந்த அறை
அப்போது புதியதாய்
ஒரு அக்கரையாலும்
அன்பாலும்
வண்ணமாகிறது
அது என்னிலும்
நிறைகிறது

என் அறையில்
எதுவுமே
மாற்றவில்லை
என்று நீ
எத்தனை முறை
சொன்னாலும்

நானும்
என் அறையும்
உனக்கு முன்பு
இருந்ததை போலவே
நிச்சயமாக இல்லை.

இப்போது
அது உன்னறையாகவும்
நம் அறையாகவும்
மாறியிருக்கிறது
அழகாய்.

ஏழாவது கவிதை

ஒரு நாய்க்குட்டியை
போல உன் நிழலை
வாயில் வைத்து
கவ்வி கொண்டு
அலைகிறது
வெயில்

விழுந்தால்
உன் மேனியில் தான்
விழுந்து மரிப்பேன்
என்று கங்கனம் கட்டி
குதிக்கிறது
மழை துளிகள்

எந்த நேரமும்
தன் வேசம் கழைத்து
உன்னை கட்டிபிடிக்கலாம்
உன் சேலைக்குள்
ஒளிந்திருக்கும்
பஞ்சுகள்

உன்
நெற்றியில்
முத்தமிட முத்தமிட
முயன்று
தோற்று போய்
கோபமாய்
நெஞ்சு நிமிர்கிறது
வானம்

உன்
முகத்தை
எட்டிப்பார்த்து
அப்படியே கால் சருகி
கீழே சாய்கிறது
அந்தியாய்
சூரியன்

உன்னை
பார்த்து
பொறாமையில்
முகத்தை
அந்த பக்கம்
திருப்பி வைத்து
பௌர்ணமியை
அம்மாவாசை ஆக்குகிறது
முழு நிலா

தேடி தேடி
எனக்கு பிடித்ததென்று
எதாவது தினம்
வாங்கி கொண்டு
வருகிறான்

வாரம்
ஒரு முறை
அம்மா விட்டிற்கு
கூட்டி செல்கிறான்

என் பெற்றோரையும்
அவன் அம்மா அப்பாவை
போல் பார்க்கிறான்

விடுமுறைகளில்
கடற்கரைக்கோ
சினிமாவுக்கோ
ஒரு திருவிழாவுக்கு
வந்த விருந்தாளியை
போல் அங்கும் இங்கும்
கூட்டி செல்கிறான்
அதை செய்
இதை செய்
என்று கட்டாய
படுத்துவதில்லை

அந்த நாட்களில் மட்டுமின்றி
அவன் வீட்டில் இருக்கும்
எந்த நாட்களிலும்
என்னை அவன் சமைக்கவிடுவதில்லை
அவன் தான் சமைக்கிறான்

என் மனதை புரிந்து
கொண்டு என்னை காதல் செய்வதாய்
பக்கம் பக்கமாய் கவிதைகள்
எழுதுகிறான்

ஆனாலும் கூட

எங்கள் தெருக்களில்
அவன் கைகளை
இறுக்கமாய் பிடித்தபடி
சந்தோசமாக நடந்து
போக வேண்டும் என்ற

என் குறைந்தபட்ச
ஆசையை மட்டும்
அவன் மனதால்
இன்று வரை
புரிந்து கொள்ளவேயில்லை

வழக்கமாக

வானம்
எச்சிலாய் துப்பும்
வெயில் விழுந்து
தினம் தூக்கம்
கலைப்பவன் நான்

பத்துக்கோ
பதினொன்றுக்கோ
எழுந்து அல்லது
எழுவதற்கு
எந்த காரணமும் இன்றி
மீண்டும் புரண்டு
படுத்துக்கொள்பவன்
நான்

திடிரென
புதியதாக

தலைமுடி கோதி
முத்தமிட்டு
எழுப்பிவிடும்
உன் அன்பு

என்
வாழ்க்கையின்
கடந்தகாலம் வரை
நுழைந்து

என்னை மாற்றுவதை
நானே ஒரு குழந்தையாக
வேடிக்கை பார்க்க
தொடங்குகிறேன்

உன்
பார்வைகளும்
உன் ஸ்பரிசங்களும்
தவிர

இந்த உலகில்
என்னை எதுவுமே
சாந்தப்படுத்துவதேயில்லை.

எ**ன்னை நானே
நேசிக்க ஆரம்பிக்கிறேன்

கண்ணாடி
முன் நிறுத்தி
என் தலை வாரி
சில நொடிகள்
என்னை அப்படியே
உன் விழியாள்
வர்ணிக்கையில்

எந்த வார்த்தைகளும்
இல்லாத ஒரு மௌனத்தில்
என்னை அணைத்தபடி
நீ வெளிப்படுத்தும்
உன் மன வெளிகளில்

எண்ணில் அடங்காது
என்னில் முத்தங்கள் பதித்து
என் கன்னம் கிள்ளி
உன் வாயில் போட்டு
என்னை ஏகப்பட்ட வெக்கங்கள்
பட வைக்கையில்

என் மார்பில் சாய்ந்து கொண்டு
உன் உதிரப்போக்கின் வலி
நான் தாங்கமாட்டேன் என்று
என்னிடம் நீ மறைக்க
முற்படுகையில்

உன் பெண்மையெல்லாம் நிறைந்து
என் ஆண்மையை நானே
புதிய ஸ்பரிசங்களால்
நேசிக்க ஆரம்பிக்கிறேன்.

ஓம் என்பதும்
ஆமென் என்பதும்
அல்லாஹ் என்பதும்

ஒரு அன்பின்
உடன்படிக்கை சொல்
அதை உச்சரிக்கும் பொழுது

நீங்கள் யாவரையும்
யாவற்றையும்
அன்பு செய்யவதாக
வாக்குறுதியளிக்கிறீர்கள்

இறைவனுக்கு.

இராவண காதல்

உன் யோனியில் இருந்து
வழியும் உதிரமோ
என் ஆண்குறியில் இருந்து
வழியும் விந்தோ அல்ல

உன் கன்னித்தன்மைக்கும்
என் காமத்திற்கும் சாட்சி

அது உணர்தலாகவும்
உணர்த்துதலாகவும் இருக்கிறது

ஒரு கன நேரத்தில் உண்டாகி
மறைந்து போவதும் அல்ல அது

நாம் பெற்றெடுக்கும்
குழந்தை நம் மீது
பெய்யும் முதல் மூச்சாவை
போன்றது அது

இந்த உடலின்
நிர்வாணங்களை
வெறும் காமமாக அன்றி

உன்னை உனதாகவும்
என்னை எனதாகவும்
நாம் உணர்ந்து கொள்கையில்
நம்மிடையே இருப்பது அது.

மாற்ற முடியாத
பழக்கமாகவே
தொடர்கிறது

என் அம்மாவின் சேலையினையும்
உன் சேலையினையும் சேர்த்து
தலைக்கு அடியில் வைத்து படுப்பது

அதை மாற்றுவதற்கும்
நான் விரும்பவில்லை

அதில்
ஒரு மகத்துவமான
காதலை உணர்வது போல் இருக்கும்

என் காதலின் ஆரம்பமும்
அங்கே இருந்து தான்
நீ வேண்டுமென்றால் பார்

நாளை
என் மகனும்

உன் சேலையில் இருந்தே
அவளிடம் தொடங்குவான்
அவன் பேரன்பினை

ஓரே
ஒரு சிகரெட் தான்
இருந்தது

அவள் உதட்டில் கொஞ்சம்
என் உதட்டில் கொஞ்சம்
மற்றும் ஒரு டீ
அதையும் பகிர்ந்து கொண்டோம்

மொட்டை மாடி
நானும் அவளும்

கொஞ்சம் காதல்
நிறைய காமம்
உரையாடல்களாக
தீண்டல்களாக
தீராதபடி கொஞ்சம் கவிதைகளாக

நாங்கள் கூடிக்கொண்டிருந்ததை
இடைக்கண்ணால்
நெடுநேரமாய்
எட்டிப்பார்த்துக் கொண்டிருந்தது
வானத்தில் நிலா

மெல்ல கீழிறங்கி வந்து கேட்டது
இன்னொரு சிகரெட் துண்டு மீதி

பின்

பின் நாங்கள்
மூன்று பேரும்
வானத்தை பார்த்து
கதை பேச ஆரம்பித்தோம்

நட்சத்திரங்களும்
எங்களையே
பார்த்துக்கொண்டிருந்தது

ஆனால்
எங்களிடம்
வேறு சிகரெட்
துண்டு மீதிகள் இல்லை

ஒரு
பூனைக் குட்டியைப்போல்
சுற்றி சுற்றி நடக்கிறாள்

அவளுக்கு பிடித்த
ஒரு நீல நிற புடவையை
கையில் எடுத்து
முகத்தில் முகர்ந்தபடி

மீண்டும்
அதே அலமாரியில்
வைத்துவிட்டு
குளிக்க செல்கிறாள்

பின்
ஈரத்தோடு
மீண்டும்
அங்கும் இங்கும்
சுற்றுகிறாள்
ஒரு அரைத்துண்டை
மட்டும் கட்டிக்கொண்டு

பின்
அதே புடவையை
எடுத்து உடுத்தியபடி
கண்ணாடியில்
அவள் முகத்தையும்
என் முகத்தையும்
திரும்ப திரும்ப
பார்க்கிறாள்

அங்கங்கு
கசங்கி இருக்கும்
புடவை மடிப்புகளையும்
ஆடைகளையும்
நேர்த்தி செய்கிறாள்

மீண்டும்
சேலையை
கழைந்துவிட்டு
என்னை ஓரக்கண்ணால்
பார்த்தபடி உடுத்துகிறாள்

அவளுக்கு
அந்த புடவையில்
அவள் எப்படியிருக்கிறாள்
என்று நான் சொல்ல வேண்டும்

எனக்கு
அவள் இன்னொரு முறை
அவள் சேலை மாற்றுவதை
ரசிக்க வேண்டும்

இருவர் ஆசைகளும்
நாடகங்களாக
தொடர்கிறது.

ஆபாசப்படுத்தாத
ஒரு குழந்தையினுடைய
அம்மணத்தின் அழகை
அணிந்திருக்கிறாள் அவள்

எந்த நிபந்தனைகளுக்குள்ளும் இன்றி
சுதந்திரமாய் ஒரு குழந்தையைப் போல்
மல்லாக்கப்படுத்தும்
குப்புறப்படுத்தும்
உருண்டுப்படுத்தும்
அவள் விருப்பப்படி
உறங்கி கொண்டிருக்கிறாள்

சில நேரம்
தூக்கத்தில்
என்னை அணைத்தபடியும்
சில நேரம்
என்னை உதைத்தப்படியும்

இலையின்
மீதமர்ந்து உறங்கும்
ஒரு பனிதுளியைப்போல்
என் மேல் கையோ
காலோ போட்டு
உறங்கி கொண்டிருக்கிறாள்

ஒரு மல்லிகைப் பூவைப்போல
அவள் வியர்வை மணமதை
என் மேல் தூவி விட்டு
உறங்கி கொண்டிருக்கிறாள்

தன் குழந்தைக்கு
தாய்ப்பால் கொடுக்கும்
ஒரு தாயின் அழகைப்போல்
ஒரு அன்பைப்போல்
அவள் உறங்கிகொண்டிருக்கிறாள்

அவள் அருகில்
அவள் காலடியில்
அவள் மார்பில்

ஒரு குழந்தையை போல்
நான் மென்சிரிப்போடு
அவள் அழகை ரசித்துக் கொண்டே
வெறுமனே பார்த்து
மட்டும் கொண்டிருக்கிறேன்.

மோக முள் குத்துகின்ற
பொழுதெல்லாம்
காமபெருக்கெடுத்து
ஓலமிட்டு தோன்றும்
யோனி என்ற சொல்

தேன் வடிந்தபடி
ஒரு உதட்டைப் போல
மூடி திறக்கும்
அதன் வடிவம்

அது
ஒரு காம தாளத்தை
நிகழ்த்தி நரம்புகளை
தெறிக்கவிடும்

ஒரு புண்ணில் இருந்து
வழியும் ஒரு சீழ் போல்
அது என் குறியில் இருந்து வழியும்

அக்கணம்
நான் என்ற
எல்லாமும் மறைந்து
ஒரு மிருகம்
எனக்குள் நுழைந்து
உறுமும்

ஒரு நாள்
அந்த யோனி
மெல்ல திறந்து
அழைத்தது

என் நெற்றியில்
முத்தமிட்டு
என்னை விழுங்கி கொண்டது
நான் மயங்கியும் போனேன்

நான் கண் திறக்கையில்
ஒரு கடவுளின் கண்களை போல்
அது என்னை பார்த்து
சிரித்து கொண்டிருந்தது

என் காமத்தை கடவுளின்
ஸ்பரிசமாக உணர்ந்து
கொண்டிருந்தேன்

அந்த யோனி
கடைசியாக
ஒரு கடவுளின் உதட்டை போல
என்னை பார்த்து ஏதோ வார்த்தைகளை
உதட்டில் இருந்து உதிர்த்தது

என் பிறப்பின் ஆதி ரகசியம்
அந்த யோனியில் இருந்து
உதிரமாய் கசிந்து கொண்டிருந்தது

நான் ஒரு உயிரணுவாய்
அதற்குள் நீந்த முடியாமல்
மூழ்கி மரித்து போனேன்.

இராவண காதல்

கண் விழித்தேன்
உறங்கி கொண்டிருந்த
அவள் கன்னத்தில்
ஒரு முத்தமிட்டு கொண்டேன்

மெல்ல உறக்கம் கலைய
நெஞ்சோடு முத்தமிட்டு
அவளும் எழுந்து கொண்டாள்

ச்..சீ போடா
என்று சொல்ல சொல்ல
இருவரும் ஒற்றை குளியலில்
நனைந்து கொண்டோம்

விரல் கடிக்க கடிக்க
ஊட்டிவிட்டாள் நானும்

அவள் மடியில் படுத்தபடி
மூன்று கவிதைகள்
எழுதிக்கொண்டேன்

மூன்றுக்கும்
அவள் இலக்கண பிழை
திருத்திக்கொடுத்தாள்

இடைவெளியும்
இடைவேளையும்
இல்லாமல் அணைத்துக் கொண்டோம்
பேச மறந்த கதைகள் கதைத்து கொண்டோம்
இரத்தமெல்லம் நிக்கோடின் ஆகும் வரை
முத்தமிட்டு கொண்டோம்

அவள் மார்பில் சாய்ந்து கொண்டே
இடை வீழ்ந்து காலடி சேர்ந்து
அவளை ரசித்து ரசித்து
மீண்டும் ஒரு கவிதை

நான் சொல்ல சொல்ல
அவளே ஒரு காகிதத்தில்
எழுதிக்கொண்டாள்

இதெல்லாம் செம செம
எப்படிடா என்று
இடை இடையே இடைபோல்
வெட்கப்பட்டு கொண்டே

மாலையில்
ஒரு ஊடல் போட்டு
ஒரு நாள் ஊரடங்கு போல்
நிலவொளியில்
தளர்த்திக்கொண்டோம்

இறுக்க கட்டியணைத்து கொண்டு
மீண்டும் கட்டியணைக்க
கவிதை எழுத கண்விழிப்போம்
என்ற நம்பிக்கையில்

கண் மூடிக்கொண்டோம்
கனவுக்குள் சென்றோம்
இருவரும்.

அப்படியாக
கழிந்தது எங்கள்
ஒரு நாள்.

என்னைப் பார்
என்னிடம் பேசு
எதாவது சொல்

உன் விருப்பத்தை கூறு
நீ விரும்பியதை கூறு
உனக்கு விருப்பமற்றதையாவது
வெளிப்படுத்து

என்னை திட்டு
என்னை கேளி செய்
என்னைப்பற்றி
ஒரு கவிதை சொல்

உனக்கு வேண்டுமென்றால் குடி
சிகரெட் பிடி
அது உன் உடலுக்கு கேடென்று
தெரிந்து செய்

ஒரு கெட்டவார்தையாவது
சொல்

சும்மா இருப்பது தான்
உனக்கு சுகமென்றால்
மௌனமாக சும்மா இரு

அந்த மௌனத்திற்குள்
சந்தோசமாய் அமர்ந்து
இந்த உலகை நீயாக பார்

நீ வீழாதபடி
நீ நீயாகவே இரு

இருவரும்
கடற்கரையில்
கால் நனைத்து
விளையாடினோம்

என் கைகளை
இறுக்கமாக பிடித்துக் கொண்டால்
அவளை தொட வந்த
கடல் அலைகளை பார்த்து பயந்து

ஆனால்
அவள் என் கைகளை
பிடித்திருக்கும் தைரியத்தில்
நான்

கரும்பென்று
அவள் கால்களை பிடிக்க
நெருங்கிய நண்டுக்கு பயந்து

என் கால்கள் மீது ஏறி
என் மேல் தொங்கி கொண்டாள்
அந்த நொடி எடையிழந்து கடல் மேல்
மேகமாய் மிதந்தேன் நான்

பாதி ஆடை நனைந்து
ஈரத்தோடு இருவரும்
ஒரு படகின் கீழ்
கதை பேச அமர்ந்தோம்

அவள் முதல் கவிதை
பிரசுரித்த ஒரு கவிஞனை போல

அந்த நாளை
அந்த நாளின் அழகை
சொல்லி சொல்லி சந்தோசப்பட்டு
கொண்டிருந்தாள்

நான் மௌனமாய்
அவள் மார்பில்
சாயந்தபடி
கதைக்கேட்டுக்கொண்டு

மீண்டும்
கடல் மேல்
மேகங்களாய்
மிதந்துபோனேன்

ஐந்து நிமிடத்திற்கு மேல்
பேசாமல் இருக்க முடியவில்லை
அரை மணி நேரத்திற்கு மேல்
பார்க்காமல் இருக்க முடியவில்லை

நாளுக்கு மேல் சந்திக்காமல்
இருக்க முடியவில்லை
அப்படியே சந்தித்தாலும்
மடியில் சாயாமல்
முத்தம் கொடுக்காமல்
இருக்க முடியவில்லை

நீயெல்லாம்
என்ன டிசைன் ‘ஆளுடா‘
என்று திட்டி தீர்த்துவிட்டு

திரும்பி
வெட்கத்தில்
கன்னம் சிவக்க
தனக்குள் மெல்ல
சிரித்துக் கொண்டு
நடந்து போனாள்

ஒரு புது கவிதையை
போல ஆதிரா

உன் அடிவானத்தில் இருந்து
பெய்யத் தொடங்குகிறது
என் பூமிக்கான வான் மழை

அதிர
அதிர்ந்து அடங்க
மீண்டும் அதிர

என்னை
புதைத்து மீள்கிறது
உன் வான் வெளி சூழ்

பல முறை திறந்து
பார்த்து படித்து
மூட முடியாமல் திறந்தபடி
ஆசையாய் முகம் புதைத்து
கனா காண வைக்கும்

பிடித்த
ஒரு கவிதை புத்தகத்தின்
பிடித்த நடு பக்கத்தின்
வாசமாய்

என் வாய்
நிறைகிறது
உன் காமத்தின்
நதி

கண்ணீரில்
நனைந்த
சிவப்பு
கண்களாய்

மீண்டும்
பூமி அதிர
வெளியெல்லாம்
நிறைந்து ஒலிக்கிறது

நம் சந்தோசத்தின்
பெரு மூச்சு

என் முகத்தில்
பீறிட்டு பொழியட்டும்
உன் மூத்திரம்

என் மீசை முடியெல்லாம்
பரவி ஆளட்டும்
உன் யோனி

என்னை கீறிட்டு
செதிலாய் வெட்டி எறிந்து
சாந்தமடையட்டும்
உன் நக பசி

நான் தோற்றே வீழ்கிறேன்
என் மீது ஏறி நின்று
வெற்றி வாகை சூடட்டும்

உன் காமம்
என் காதல்

இராவண காதல்

ஒரு கவிதை
எழுதுவதை விட
எளிமையானது
சுகமானது
எனக்கு பிடித்தது

உன் கன்னத்தில்
முத்தமிட்டு
கொள்வது

அதைவிட
இன்னும் அழகானது
நீ என்னை
முத்தமிட்டுக் கொள்வது

விரும்பினால்
ஆடை அணிந்து கொள்
இல்லையென்றால்
நீயாக சும்மா இரு

அந்த ஜன்னலோர
நாற்காலியில்
அம்மணமாய்
அமர்ந்து கொண்டு

அந்த மரக்கிளைகளில்
வசிக்கும் சிட்டுகுருவிகளை ரசி

அந்த சுவர்களில்
உன்னை நீயே
ஓவியம் வரை

உன் கண்களையோ
உன் மார்பையோ
உன் யோனியையோ
உன் முகத்தையோ
உன் பாதத்தையோ

வீட்டின்
நடுவறையில்
மின்விசிறி கீழ்
பாய் விரித்து
அப்படியே
படுத்து தூங்கு

கண்ணாடி
முன் நின்று
உன் அழகை
மீண்டும் ரசிக்க தொடங்கு

இராவண காதல்

பயப்படாமல்
பாத்ரூம் கதவை
திறந்து வைத்து குளி

குளித்துவிட்டு
துடைத்த அரைத்துண்டை
அந்த சோபா மீதே காயப் போடு

கவிதைகள் படி
கிசு கிசு படி
காம கதைகள் படி

இல்லையென்றால்
பகவத்கீதையோ
பைபிளோ
திருக்குரானோ
உன் விருப்பத்தை படி

இதற்கெல்லாம்
நான் எதேனும்
தடையாக
இருந்தால்

அசிங்கமாய் சில
கெட்டவார்த்தைகளால்
திட்டி இது உனக்கும் வீடென்று
என் மரமண்டையில் புரிய வை

உனக்கும் புரியட்டும்.

அப்போது
பொதிந்து
போயிருந்தது
உள்ளாடை முதல்
பாதி ஆடை வரை
என் உதிரங்களால்

நீ துவைத்து
தருவாய் என்றோ
பரிதாபம் காட்டுவாய் என்றோ

நான் எதிர்ப்பார்த்து
கொண்டிருக்கவில்லை

ஆனாலும்
பாத்ரூம் கதவை
திறந்து பார்த்து

இறுகிய முகத்தோடு
இழுத்து மூடுவாய்
கதவை

என்று
நான் கொஞ்சமும்
நினைத்துப் பார்க்கவில்லை

கட்டியாய்
அவள் விரல்களில்
ஒட்டி படிந்த

உதிரத்தின்
வாசத்தை
முகர்ந்து பார்த்தால்

அதில்
அந்த தீட்டின்
சாயலும் இல்லை

எந்த
புறக்கணிப்பின்
வாசமும் இல்லை

ஆனாலும்
அவள் அவளுடைய
கணவனாலேயே
ஒதுக்கப்பட்ட
அந்த கன நொடி
பற்றி புரிந்து கொள்ள
முயன்று

எதுவுமே
கிடைக்காமல்
பாத்ரூம் விட்டு
வெளியே வந்தால்

அங்கே எதுவும் இருக்கவில்லை
அங்கே காதலும் இருக்கவில்லை

ஆதிரா
அவளுக்கு
மது பிடிக்கும்
எப்போதாவது
அருந்துவாள்

இருவரும்
சேர்ந்தே அருந்துவோம்

இரத்தமெல்லாம்
ஆல்கால் நிறைகையில்
உளர ஆரம்பிப்பாள்
உள்ளத்தை சொல்ல
ஆரம்பிப்பாள்

அந்த பேருந்தின்
கூட்ட நெரிசலில்
அவளை வேண்டுமென்றே
உரசி சென்றவனை
அசிங்கமாய் திட்டுவாள்

படிக்க போன இடத்தில்
படுக்க அழைத்த
பிரபசரை

உன் அண்ணான்
யாதிரி நான் என்று
அவளை அசிங்கமாய் தொட்டவனை

விருப்பமில்லை
என்று சொன்ன பின்பும்
பின் சென்று சம்மதிக்க
சொல்லி மிரட்டியவனை

இராவண காதல்

எனை எல்லாரையும்
அசிங்க அசிங்கமாக
கேள்வி கேட்டு
திட்டி தீர்ப்பாள்

உங்களுக்கு
இப்போ என்னடா
பிரச்சனை
நாங்க நாங்களா
இருக்கதுல

என்று
என்னை பார்த்து
என் வழியாக
கேள்வி கேட்பாள்

ஒரு நிலையில்
குழந்தையை போல
தேம்பி அழ ஆரம்பித்து

என் மடியிலேயே
உறங்கிவிடுவாள்

இதில் ஏதேனும்
ஒரு தவறு
என் கடந்த காலத்திற்குள்
இருந்து

என்
மொத்த உறக்கதையும்
எழுப்பி நிற்கும்

என் முன்னே
என் ஆதிராவாக

நேற்றிரவு
பெய்த மழையில்
கிளரும் மண் வாசமாய்
உன் புடவையும்
நீயும் எனக்கு
முப்பொழுதும்

ஒன்று
உன் கன்னத்தில்
அனுமதி

அல்லது
என் கன்னத்தில்
அடி

அப்படியே
உன் பக்கத்தில்
சும்மாவே
இருப்பதற்கு

நானொன்றும்
புத்தனோ
கடவுளோ
கிடையாது

தியானம் செய்
உன் வலிகளை மறந்து
தியானம் செய்
உன் சந்தோசங்களை மறந்து
தியானம் செய்
இந்த பூமியின் மீதான
உன் இருப்பை மறந்து
தியானம் செய்
உன் ஆசை சுமைகளை மறந்து
தியானம் செய்
உன்னை மறந்து
ஏதுமில்லாமல் சும்மா
தியானம் செய்து கொண்டே இரு
நீ சுகமாய் காணாமல்
போகின்ற வரை

அல்லது

காதல் செய்

ஒரு பனிதுளியின் மேல்
என்னால் அமர்ந்திருக்க முடியும்

அதன் அழகை உடைத்துவிடாமலும்
அதை நசுக்கிவிடாமலும்
அதை ஏதும் செய்யாமலும்

அதன் மேல் அமர்ந்திருக்கும்
ஒரு வெயிலை போல்
என்னால் அமர்ந்திருக்க முடியும்

என் மீது அமர்ந்திருக்கும்
உன் பார்வையை போல்

ஒரு நிலா போல
உன் புற முதுகின்
மச்சம் தேய்ந்து
கொண்டே இருக்கட்டும்

பிறக்கட்டும்
பிறந்த பின் பார்த்துக்
கொள்ளலாம்
உன் மார்பில்
எனக்கு போட்டியாகும்
நம் குழந்தைகளை

என் மூச்சோடவே
நெருக்கத்தில்
கலந்தபடி
இருக்கட்டும்
உன் வியர்வை ,மணம்

தீப்பிடித்து எரியட்டும்
நம் உடல் தேய்ந்தபடி
உரசல்களின் அத்துமீறல்களில்

காமத்தின்
பெரும் சுகம்
நம் கண்ணீரில்
நனைந்து
பெருகட்டும்
நம்மில்

உன் யோனியும்
என் ஆண்குறியும்
ஒன்றையொன்று
உரசி நேசிக்கட்டும்

ஒரு நீர் குமிழாய்
பொரிந்து
உடையட்டும்
நம் காமம்
காதலுக்குள்

உடன்போக்கின்
உம் இசைக்கின்ற
வரை

அந்த
அறையில்
நான் தனியாகத்தான்
இருந்தேன்
நீ வருகின்ற வரை

அந்த புத்தகத்தை தவிர
நான் விரும்பி பேசிக்கொண்டதும்
என்னோடு விரும்பி பேசிக்கொண்டதும்
நீ மட்டும் தான்

தனிமை உறக்கத்திற்கு பயந்து
மொட்டைமாடியில் விண் நிலா
ரசித்தபடி விழித்திருப்பவன் நான்

இப்போது
நிலாவாக நீ இருக்கிறாய்

என் கெட்ட பழக்கங்களை
ச்.சீ அடிச்சிருவேண்டா
என்று திட்டி நிப்பாட்டுவதற்கும்

என் கவிதையை போல்
நீயும் அழகன்டா என்று
என்னையும் ரசிப்பதற்கும்

நீ மட்டும்
எனக்காய் வராமலே
போயிருந்தால்

அதே
சிலந்தி வலை படிந்த
யாரும் படிக்காத
என் பழைய கவிதை
நோட்டு புத்தகம் தான்

நானும்

என்னை
முத்தமிடடி

என் கண்ணே
முத்தே
மனமே

என் உச்சி முகர்ந்து
என்னை அன்பு செய்யடி

என் தாரமே
தேவதையே
தேன்மழையே

உன் மார்பில்
அணைத்து
முத்தமிடடி
மழைச்சாரல் போலே
என்னைக் கட்டிக் கொள்ளடி

உன் சேலையொன்றில்
என்னை முனிந்து கொள்ளடி
உன் வியர்வைவை துளிகளாய்

என் பேரானந்தமே
பெரும் சுகமே
பூரணமே

ஒளிர்கின்ற விழியே
ஒளியும் நிலவே
பேசும் இடையே
மின்னலே நிழலே

என் பேரன்பே
என் காதலே
என் காவியமே
பெருங்கூத்தே
மோக தாளமே

என் தாயே
சேயே
என்றுரைத்து
கன்னம் சிவக்க
முத்தமிட்டு
மீண்டும்
உன் மார்போடு
சாய்த்து கொள்ளடி

என் கண்மணியே

உன் மீது
எந்த ஒரு வலுக்கட்டாய
உணர்வுகளும் கிடையாது

இப்போது
உன்னை நேசிக்க மட்டுமே
பழகியிருக்கிறேன்
ஒரு குழந்தையை போல்

ஆனால்
நீ என்னை தீண்டிக்கொண்டாலோ
நான் உன்னை தீண்டிக்கொண்டாலோ
பரிபூரண அமைதி எனக்குள்

தாயை
அணைத்துக்கொள்ளும்
குழந்தையின்
மனதை போல

ஆனாலும்
உன் மீது எனக்கு
எந்த வலுக்கட்டாய
உணர்வுகளும் கிடையாது

நீ விலகி
செல்வதையும்
ஒரு குழந்தையை போலவெ
வேடிக்கை பார்த்துக் கொண்டிருக்கிறேன்

கொஞ்ச நேரம் கழித்து
அழுது தீர்க்கிறேன்

என் வெவ்வெறு
கண்ணீர் துளியிலும்

உன்னை பற்றிய
நினைவு இருக்கிறது

ஆசையாகவோ
ஏக்கமாகவோ
காதலாகவோ
காமமாகவோ

ஒரு வலியாக
இருந்து எனக்குள்
வழிந்து கொண்டே
இருக்கிறது

நான்
உறங்கி
கொண்டிருக்கும் போது
என்மேல் நீ கொடுக்கும்
முத்தங்களை
காட்சிபடுத்துகிறது
என் கனவு

என் கனவில்
நீ கொடுத்த
முத்தங்களுக்கு
நிஜத்தில்
சாட்சியாகவும்
காட்சியாகவும்
ஆகிறேன்
நான்

போதும் என்றதும்
புணர்வின் நடுவில்
பிரிந்து படுத்தபின்
உண்டாகும் வலி
வேறு எதிலுமே இல்லை

நீயே சொல்
போதுமா இந்த அன்பு'
போதுமா இந்த மூச்சுக்காற்று
போதுமா இந்த அணைப்பு

தளர்வடைந்து போன
காமத்தின் பின்பும்
நீ காதலோடு
அணைத்துக் கொண்டிருப்பதில்
இருக்கிறது பெண்மையின்
திருப்தி

பிரிந்து விட முடியாமல்
நம் கண்கள் சிந்தும்
கண்ணீரில் இருக்கிறது

காதல்

ஆசை தீர
அங்கங்கு முத்தமிட்டு
ஆடை கலைத்து
என்னை நிர்வாணமாக்கி

என் முலை கசக்கி
நகம் கீறி
பற்கள் பதித்து
என் யோனி தீண்டி

என்னை அடைந்துவிட
வேண்டும் என்று
எத்தனிக்கும்

உன் காமத்திற்கு
ஆமோதித்து
உனக்கு உடன்பட்டு
உன் உறுப்பு நுழைய
விரிந்து கொடுக்கும்
என் யோனியில்

காமத்தைவிடவும்
உன் மீதான நம்பிக்கை
அதிகம் இருக்கிறது.

பிறக்கின்ற போது
என்னை பெண் என அடையாளமிட்டு
வேறுபடுத்தி காட்ட உதவும்
ஒரு அடையாளக்குறி

பதின்மூன்று வயதுவரை
சிறுநீர் கழிக்க மட்டும் பயன்படும்
என்று நம்பிய ஒரு உறுப்பு

திடிரென
உதிரம் வழிந்து
மீண்டும் என்னை
பெண் என் அடையாளமிட்டு
தனிமைபடுத்த முற்படுகையில்

மெல்ல முலை பெருத்து
முடி வளர்ந்து
ஆடை மாறி
பெண் என நாமமிடுகையில்

கனவுகளையும்
சுயத்தையும் உள்புதைத்து
காதலையும் அவன் காமத்தையும்
வேறுபடுத்தி கண்டறிய திணறி

இறுதியாக
ஒரு ஆணிடம்
முழு நம்பிக்கை வைத்து
தன் மேல் இடம்கொடுத்து
தன்னை திறக்கையில்
அது யோனி

கருத்தரித்து
நீ கால்முழைத்து
ஆணோ பெண்ணோ

என் வேடமிட்டு
இந்த பூமிக்கு
வர முயல்கையில்
அது பிறப்புறுப்பு

புணர்வதற்கு
மட்டுமில்லை
நான்

உன் தாடி
கோதியபடி
உன்னை பார்த்துக்கொண்டு
உன் மடியில் சாய்ந்தபடி
உன்னோடு கதை பேச தான்
ஆரம்பிக்கிறேன்

ஆனால் என்னவோ

நீ கன்னம் தொட்டு
பேச ஆரம்பிக்கையில்
என்னை உன் மடியினிலேயே
உறங்க வைத்துவிடுகிறது

என் பெண்மை
என் தலைக்கோதி

இராவண காதல்

உன் தடித்த குரலும் இசை
நீ என் பெயர் சொல்வதே சங்கீதம்
நீ என்னை திட்டி தீர்ப்பதே ராகம்

அம்மு ப்ளீஸ்மா
என்ற உன் கொஞ்சும் குரல் புல்லாங்குழல்
காதோரம் நெருங்கி
கன்னம் கடித்து நீ சிரிக்கும் அழகு

அவ்வோ தாண்டா
நான் மோட்சம்

என் தாயின் மார்பில்
சாய்ந்து கிடந்த
அந்த குழந்தை பருவத்தின்
மெல்லிய நினைவு
அந்த நுண்ணிய இழை
அந்த கடவுளின் நிசப்தம்

உன் மார்பில்
நான் உறங்கும்
ஒவ்வொரு நொடியும்
என்னுள்

உன்னையே
என் தாயாக
கண்டபடி

இராவண காதல்

என்னை திட்டி தீர்
அந்த சிறு மூஞ்சை முறைத்து காட்டு
அல்லது உன் நகத்தால் கீறு

ஆனால்
நான் இப்படியே தான்
இருப்பேன்

அந்த இறுக்கம் தளர்க்க
எனக்கு விருப்பமில்லை

நாணமிடு
வெட்கத்தை கடந்து பேசு'
அழுத்தமாய் உன் பல்தடங்களை பதி

அல்லது
இன்னும் என்னை சீண்டு
என்னிடம் இன்னும்
பக்கமாய் உரிமையாய் நெருங்கி
ச்சீ போடி என்பது வரை
எதாவது செய்

அல்லது
சும்மா இருந்து
என்னை அனுமதி

எதுவுமே
பிடிக்கவில்லையென்றால்
விருப்பமில்லை
என்பதையாவது
உன் பார்வையால்
உணர்த்து

அதுவரை
நான் இப்படி தான்
எதாவது செய்வேன்

அம்மு
- கொஞ்சம் நேரம்டா
ப்ளிஸ் எழுந்திரு
- போடா

வாயத் தொற
பல்லக் காட்டு

- சாப்ட்ரியா
- இல்ல ஊட்டிவிடட்டா
ஆ...
 - போதும் ! போதும் !

கண்ண மூடு சோப்புநுரை படும்
முதுகு காட்டு அழுக்கு தேய்க்கனும்

- ச்சீ.. போடா
- உனக்கு இதே வேலையா போச்சு

என்ன மூஞ்சு ஒரு மாதிரி இருக்கு
நாளைக்கு தான டேட்
நான் ஆபிஸ்க்கு போகல
இருக்கட்டும்டி ஒரு நாள் போகலனா
ஒன்னும் வேலை போகாது
வலிக்குதா

வலிக்குதா
மெல்ல அடிவைத்தில் கைவைத்து
தடவியபடி
இப்போ எப்படி இருக்கு

- பரவாயில்லடா
அப்படியே படுத்துக்க
எனக்கும் சமைக்க தெரியும்
- உனக்கு மட்டும் ஏன்டா அசிங்கமா
- கால புடிச்சி முத்தம் கொடுக்குற பழக்கம்
பிடிச்சிருக்கு விடேன்

இராவண காதல்

- உதைக்கட்டா
சந்தோசம்டி

- ப்ளீஸ்
- தள்ளிபடுக்காத

- ம்...
 ம்...
என்ற

நம் வாழ்வின்
உரையாடல்களே
நம் கவிதைகள்

குளியலறை
என்பதற்குள்
காமம்
நிர்வாணம்
தாண்டிய
ஒரு காதலை
தினம் தினம் என்னுள்
உணர்த்திக் கொண்டே
இருக்கிறாய் நீ

என் ஞானமாய்

உன் வியர்வை
நிரம்பியிருக்கும்
நீ கழற்றி போட்ட
உன் சட்டையை விட
அந்த பட்டு சேலையில் பெரியதாய்
எந்த சந்தோசமும் இருப்பதில்லை
உடுத்திக்கொள்வதில்

உன் மீசையோடு
விரும்பியே மாட்டி
தவிக்கிறது என் கூந்தல்

கேட்டால்

இது நாங்கள் பகிரும்
எங்களின் முத்தம்
என்று என்னை
பார்த்தே சினுங்குகிறது

சக்காலத்தி போல

இருந்தாலும்
உன் மீசைக்கும்
ஜொல்லு அதிகம் தான்

இராவண காதல்

அப்படியே நீயும்
உன் அப்பாவும்
ஒரே மாதிரித்தாண்டா
இருக்கிங்க

இரண்டு பேரையும்
நான் தான் எப்பவும்
தூக்கி கிடத்த வேண்டியவிருக்கு

என்று ஜாடையாக
சொல்லி திட்டிக்கொண்டே
தன் மார்பில் இருந்து
தன் குழந்தையை
தொட்டிலில் கடத்தினால்

பக்கத்தில் பெட்டில்
இருந்த படியே
அவளை பார்த்துக் கொண்டே
இருந்தான் அவன்

வெக்கமே இல்லியாடா
என்று தலையில்
தட்டிக்கொண்டே
வெட்கத்தோடு
மெல்ல நகர்ந்தாள்
அவனும்

சற்று நேரத்தில்
அழத்தொடங்கியது
தொட்டிலில் இருந்து
குழந்தை

அங்கிருந்த
ஒரு குரல் கேட்டது

‘இந்தா ஆரம்பிச்சிட்டான்ல
அவனும்

உங்க கவிதை
ரொம்ப அழகா இருக்கு
என்று ஆரம்பித்து
நீங்க எனக்கு
என்னோட கவிதையா
இருக்கிங்களா என்று
ஒரு கவிதை
உரையாடல்களில்
உருவானது
எங்கள் காதல்

என்னதான் கவிதை
எழுதினாலும்
எனக்கு புத்தகம்
படிக்கிர பழக்கத்த
ஏற்படுத்துனது அவ தான்

எல்லா கவிஞர்களும்
கவிதைக்காக படிப்பாங்க
நான் ஒரு கவிதையே
சொல்லி படிச்சவன்

அவள் புத்தகத்தை கையில்
வச்சிகிட்டு படிப்பா
நான் அவள் மடியில்
படுத்து அவள் கையால படிப்பேன்

நான் நிறைய
கவிதை எழுதுனதே
அவள் மடியில்
இருந்து தான்

எழுதி முடிக்கிறதுக்குல
ஒரு அடியாச்சும்
அவள் கையால
எப்படியும் கிடைச்சிரும்

இராவண காதல்

ஒரு கவிஞனுக்கு
கிடைக்கின்ற
ஆகச்சிறந்த பரிசு
ஒரு புத்தக பிரியையோ
அவள் கவிதை ரசிகையோ
மனைவியாய் அமைவது தான்

அந்த வகையில்
நான் தான் அதிஷ்டசாலி

என் உடலில் இருந்து
ஒரு துளி
வழிந்து கொண்டே
இருக்கிறது

தேவதையின் சிறகை போல
நட்சத்திரத்தின் கண்ணீரை போல
நிலாவின் அழுக்கை போல

நான் இறந்து போன பின்பும்
உனக்குள் என் காதல்
சிந்தும் கண்ணீரை போல

ஒரு காமத்தின்
வலியை போல

உனக்கென்ன
நிம்மதியாக
நகர்ந்து போ

கூடலின்
நிறைவடைவில்
நம் மனதின் திருப்தி இருக்கிறது
உறக்கத்திற்கு ஏதுவான
உடல் தளர்வு
ஒரு காம ஆசையின் நிறைவு

எல்லாவற்றையும் விட
முக்கியமாய்
நமக்காய் நாம்
நேசிக்கும் ஒரு உயிர்
நம் பக்கத்தில் உறங்கும் சந்தோசம்

ஒரு பெரும் நம்பிக்கை

எல்லாம் நிறைவடைந்துவிட்டது
ஆனாலும் ஏதும் நிறைவடையவில்லை
இங்கேயே
இப்போதே
இந்த நம் நிர்வாணத்திற்குள்ளே'

உனதும்
எனதும்
நமதென
கொண்டிருக்கும்
சமாதானத்திற்குள்ளே

எல்லாம் முடிந்ததென
மனம் தளரும்
அந்த பொழுக்குள்ளாகவே தான்

தன் சுடர் விட்டு
எரிய ஆரம்பிக்கிறது
பேரன்பின் பூரண ஒளி

நம்மை நோக்கி
நாம் அணைத்துக் கொண்டு
உறங்குவோமென

நானொன்றும்
நீயில்லை
நீயொன்றும்
நானில்லை

நாம் காதல் தான்
செய்ய ஆரம்பித்தோம்

உன்னை நானும்
என்னை நீயும்
புரிந்து கொள்ள
முயற்சிக்கிறோம்

பார்த்துக் கொண்டு
நெருங்கிக் கொண்டு
முத்தமிட்டுக்கொண்டு

பூனைக்குட்டிகள் போல்
நகம் கீறி ஊடலாய்
சண்டை கொண்டு

தன் வாலை
நக்கி கொண்டு
தன்னை சுற்றும்
ஒரு நாய்க்குட்டி போல்
நம்மை நாமே சுற்றி
வட்டமிட்டுகிறோம்

இரு பாம்பை போல்
சண்டை போட ஆரம்பித்து
பாம்பை போலவே
பிணைகிறோம்

நானொன்றும் நீ இல்லை
நீயொன்றும் நான் இல்லை
என்ற சித்தாந்தம் மறந்து

ஒரு சட்டைக்குள்
ஒரு செடியாய் வேரூன்றி
இருக்கையில்

இலை துளிராய்
நாணம் முளைக்க

வெட்கத்தில்
சிரிக்க ஆரம்பிக்கிறோம்
நம்மை யாரென உணர்ந்து

இராவண காதல்

உடைகளை
அங்கே ஒரு ஓரமாய்
கழைந்து போடுவோம்

ஒரு கள்ளியில்
இருந்து வடியும்
பால் போல
நம் காமம்
வடியட்டும்

பூக்களில்
வண்டுக்களாய்
புணர்ந்து
மகரந்தமாய்
பூக்களுக்குள்ளேயே
உறைவோம்

புணர்வின்
மோகம் தீர்கையில்
உன் வலிகளையும்
என் வலிகளையும்
நண்பர்களை போல அமர்ந்து
கதைகளாய் பேசுவோம்

இருவரும்
கூச்சமின்றி
இப்போது
மெய் மனதின்
உணர்வுகளை
வெளிப்படுத்தி
கிண்டலடித்துக்
கொள்வோம்
கொஞ்சல்களாய்

இப்போது
இன்னும் கொஞ்சம்
உன்னை நானும்
என்னை நீயும்
புரிந்திருக்க கூடும்

இப்போது
இருவரும் மீண்டும் காதலிப்போம்
மீண்டும் புணர்தலை
தொடங்குவோம்

உடல்களை கழைந்து
உயிரை கையில் ஏந்தி

இது நானே இல்லை
சத்தியமாக நான் இல்லை

இப்போது
நான் உணர்வதெல்லாம்
என் உணர்வுகளே இல்லை

இந்த நிர்வாணத்தை
நான் இப்படி பார்த்தவனே இல்லை

உன் முத்தம்
அது புதியதாக இருக்கிறது
அது என் ஆன்மாவை
தொட்டு எழுப்புகிறது எனக்குள்

அது கடவுளின் கருணையாக
என்னை அணைக்கிறது
கடவுளின் விரலாய்
தொட்டு உணர வைக்கிறது

அது ஆதி பரிசுத்தமாய்
என் மேல் பொழிகிறது

உன் முத்தத்தில்
இருந்து உருவாகி
வந்த மனிதனாய்

இப்போது என்னை
நானே பார்க்கிறேன்
அதிசயமாய்
அழகாய்

சரியோ
தவறோ
நாம் ஒன்றாக
நினைத்தோம்
ஒன்றாகி இருக்க ஆசைப்பட்டோம்

ஒன்றாக முயற்சித்தோம்
ஒன்றாக உடன்படிக்கை செய்துகொண்டோம்
நாம் ஒன்றானோம் என்று
அதற்கு ஒரு சாட்சியாய்
ஒன்றை பெற்றெடுத்துக் கொண்டோம்

ஆனால்
நாம் ஒன்றாகவே இல்லை
வெறுமனே ஒன்றாக இருந்தோம்
ஒன்றாக வாழ்ந்து கொண்டு இருக்கிறோம்

இவ்வளவு
பக்கத்தில் இருந்தும்
என் எந்த உணர்வுகளையும்
புரிந்து கொள்ள முடியாமல்

நீ எப்படி
என்னோடு ஒன்றாகி
இருக்க முடியும்.

நாம் ஒன்றாகி இருக்கும்
இரு உடல்கள் மட்டும்
உள்ளங்கள் அல்ல

இராவண காதல்

மணி பன்னிரெண்டு
உறங்கவில்லை
உறங்கவும் விருப்பமில்லை

உன்னோடு நான்
பேசிக்கொண்டிருப்பதையும்
நீ முறைத்துக்கொண்டே
சண்டையிட்டு செல்வதையும்

கன்னத்தில் சுல் என்று
ஏறும் உன் முத்தத்தையும்
உன் ஒவ்வொரு அழகையும்

வேடிக்கை பார்த்துக் கொண்டிருக்கிறேன்
எனக்குள் இருந்து
விழிகளுக்குள்
அது கனவில்லை
நான் கண் மூடவுமில்லை

நம் முதல் சந்திப்பில் இருந்து
பார்க்கிறேன்
நீ நான் பார்ப்பதை கண்டுகொள்ளாமல்
என்னை கடந்து செல்வது
உன்ன புடிக்கும்டா என்று திமிரழகில்
நீ காதல் சொன்னது

நள்ளிரவில்
சாலையோர டீக்கடையில்
ரொம்ப சூடா இருக்குடா
என்று விருப்பத்துடனே
நீ தந்த உன் எச்சில் டீயை
நான் குடித்துக்கொண்டிருப்பது

என் வாழ்க்கையவே
ஒரு திரைப்படம் போல
பார்த்துக்கொண்டிருக்கிறேன் நான்

ஆனால் அதில்
உன்னையும் என்னையும்
தவிர யாருமே இல்லை

கன்னத்தில்
மீண்டும் சுல்லென
வந்து விழுகிறது
சூரிய ஒளி

நான் இன்னும் உறங்கவில்லை
உறங்கவும் விருப்பமில்லை
உன்னை விட்டு எழுந்து போகவும் மனமில்லை
இப்படியே தான் இருக்கிறேன் நான்

தயவு செய்து
உங்களில் யாரேனும் முடிந்தால்
என் அறைக்கு வந்து
என் தலையில் ஒரு கல்லை
போட்டு கொன்றுவிட்டு செல்லுங்கள்

என்னால் இப்படியே
இருக்கமுடியவில்லை

கருணை கொலை

உங்கிட்ட
இருக்கும் போது தான்
நான் நானாக சந்தோசமா
இருக்கேன் என்ற
வார்த்தைகளை

ஒரு ஆணிடம் இருந்து
பெண்ணும்
ஒரு பெண்ணிடம் இருந்து
ஆணும்

பெறுவதில் தான்
அடங்கியுள்ளது
காதலின் பெருவாழ்வு

நட்சத்திரங்களை போல
இருப்போம்
வேண்டுமென்றால்
பிறப்போம்
தக தகவென மின்னுவோம்
இடைக்கண் துடிப்போம்

காதல் செய்வோம்
ஒன்றொடன்று
மோதி வான் வெளியெல்லாம்
வெடிப்பில் நிரப்புவோம்
நம் காமத்தை

அப்படியே மறைந்து
போவோம் யார்
கண்ணுக்கும் தெரியாமல்

வேண்டுமென்றால்
மீண்டும் பிறந்து வந்து
வான் ஒளிர்வோம்

இராவண காதல்

கண்ணை மூடியதும்
இருள் வருகிறது
கனவு வருகிறது
காதல் வருகிறது
இரண்டு நட்சத்திடங்கள்
கண் முன்னே
அம்மணமாய் புணர்கிறது

ச்சீ என்ன கனவுடா
என்று கண் விழிப்பதற்குள்
கடவுள் வந்து போகிறார்

எந்திரிடா
என்றபடி
அமுதா எழுப்புகிறாள்

அதற்குள் விடிந்துவிட்டது
நட்சத்திரங்கள் மறைந்து
போகிறது

உலகை காக்க
நாங்கள் நட்சத்திரமாய்
மாறுகிறோம்

அடடா
என்ன கனவுடா
என்று சூரியன் ஜொல்லு
வடிக்கும் சத்தம்

எங்கள் காதுமடல்களில்
உஷ்ணமாய் பரவுகிறது

நேசிப்பின்
உச்சம் என்பது

இருக்கட்டும்டி
போதும்
அதான்
நான் இருக்கேன்ல
உனக்கு என்று
சில அன்பு வார்த்தைகளால்
மெல்ல நீ அணைத்துக்
கொள்வதை விட
பெரியதாய்
எதுவும் இல்லை

எனக்கு

இராவண காதல்

ஒரு நாய்க்கு
போடப்படும்
இறைச்சி துண்டுகளாய்
நான் இருந்துவிடக்கூடாது
என்பதில் கவனமாக இருக்கிறேன்

என்னை
என் மனதாக
ஏற்றுக்கொள்ளும்
ஒருவரிடம் தான்
என்னை பகிர
வேண்டும் என்பதில்
உறுதியாக இருக்கிறேன்

ஒரு
இனப்பெருக்க
உற்பத்திக்காக மட்டும்
என் உணர்வுகளை
பிடிக்காத ஒருவனிடம்
அம்மணப்படுத்த
நான் ஒப்புக்கொள்ள
போவதேயில்லை

உங்கள்
இனப்பெருக்க
உற்பத்தி வேலைகளை
நான் எந்த விதத்திலும்
உங்களிடையே
நுழைந்து தடுத்துவிடப்போவதில்லை

அப்படியாக இருக்க
என் விருப்பம்
என்னை போன்ற
ஒரு பெண்ணாகவே
இருந்தால்

அதில்
உங்களுக்கு என்ன பிரச்சனை

மின்சார
விளக்கை
வேணும் என்றே
அணைத்துவிட்டு

ஒரு மெழுகுவர்த்தி
வெளிச்சம் ஏற்றி
ஆரம்பிக்கிறாள்
மீண்டுமொரு
ஊடலை

விரலை
மெழுகுவர்த்தியில்
சுட்டு விளையாடும்
ஒரு சிறுமியை போல்
சுட்டு விழியால்
மிரட்டி வெளிப்படுத்துகிறாள்

தன் போர்வையினை
தனியாக எடுத்து மொட்டை
மாடிக்கு செல்வதை போல்
ஒரு பம்பாதது பன்னுகிறாள்

எப்படியும்
அவள் தான் மீண்டும்
தொடங்க போகிறாள்
ஒரு வழியாக கூடலை

இராவண காதல்

என்றுணர்ந்து
எதுவுமே கண்டுக்கொள்ளாதபடி
நான்

பின்ன

சமைக்கும் போது
பின்னாடி போய்
கட்டிப்பிடிச்சதுக்கு
அறிவே இல்லையானு
திட்டுரா

எனக்கும் கோபம்
வராதா என்ன ?

நான்

நான் தான்
எனக்கான ஒரு வீடு
வெள்ளை வண்ணம் விழுங்கி

சுவரெல்லாம்
ஓவியங்களாய்

என் இஷ்டம் போல
புத்தகத்தை படித்து
எங்கும் வைக்கவும்
ஒரு சுய உரிமை

ஒரு குழந்தை போல
அம்மணமாய்
வீட்டில் எங்கும்
சுற்றி திரிய அனுமதி

எங்கும்
ஒலித்தபடி
இளையராஜா
இசை

மன்னிக்கவும்

நாம்
நாம் தான்
நமக்கான ஒரு வீடு
வெள்ளை வண்ணம் விழுங்கி

இராவண காதல்

முப்பொழுதும்
உன்னை
கொஞ்ச
காதலிக்க
கட்டிப்பிடிக்க
முத்தமிட
உன் அனுமதி

இடம்
நேரம் பாரமல்
நாம் கூடலாய்
நம் வீடு

நம் அறையெங்கும்
உன் கைப்பட
நான் உனக்காய்
எழுதிய கவிதைகள்

நம் காதலை
தூண்டிக்கொண்டே
இருக்கட்டும்

நம் வீடு
எல்லா நாளும்
மகா புனிதமாய்
இருக்கட்டும்

நம் காதல் உதிரம்
அங்கும் இங்கும்
சிந்தி சிந்தி

என்னை பற்றி
நானே எழுதும்
ஒரு கவிதையாகவோ

என்னை பார்த்து
நானே வரையும்
ஒரு ஓவியமாகவோ

என் பக்கத்தில்
இருந்தபடி
என்னையே பார்த்துக்
கொண்டிருக்கிறாய் நீ

ம்...ம்...

நானும்

நிலவை விழுங்கி
கொள்கிற மாதிரி
நாங்கள் ஒரு முத்தமிட்டோம்

காற்றும்
உள்வெளி காணாதபடி

எங்கே நிலவென்று
எல்லோரும் தேட ஆரம்பித்தார்கள்

சிலர் இரவு தான்
காரணம் என திட்ட
ஆரம்பித்தார்கள்

நாங்கள் சிரித்துக் கொண்டே
இன்னொரு முத்தமிட்டம்

அவள் உதட்டு சாயத்தில்
சிவப்பானது
நிலா

இன்னைக்கு கிடையாதா
என்று
வளைந்து
நெளிந்து
குழைந்து

ஒரு பூனைக்குட்டியை
போல் அழுது
புரண்டு நீ

சேட்டை செய்ய
ஆரம்பித்து

பால் கேட்டு
அழும் ஒரு குழந்தை
மாதிரி முகத்தை
மாற்றி
ஒரு எல்லைக்கு வருகையில்

ஆமான்டா
முடியாதுடா
நல்லா பொத்திக்கிட்டு
தூங்கு என்று

உன்னை
அதட்டி தூங்க
வைப்பதில்
இருக்கின்ற

சந்தோசம்
உனக்கு சொல்லி
புரிய வைக்க
முடியாதுடா

கவிதையும்
ஒரு ஓவியமாகிறது
உன் ஒவ்வொரு
முத்தத்திலும்

உங்கள் படைப்புகளை
புத்தகமாக வெளியிட
தொடர்பு கொள்ளவும்

ஏலே பதிப்பகம்
Mail us – Aelaypublish@gmail.com
Contact us - 9944992571

www.ingramcontent.com/pod-product-compliance
Lightning Source LLC
Chambersburg PA
CBHW020611180726
47992CB00028B/2343